LÂM CHUNG
VIỆC QUAN TRỌNG NHẤT CỦA ĐỜI NGƯỜI

LÂM CHUNG
VIỆC QUAN TRỌNG NHẤT CỦA ĐỜI NGƯỜI

Hòa Thượng
TỊNH KHÔNG

NHÀ XUẤT BẢN NHÂN ẢNH - 2019

Mục Lục

1. Trích dẫn khai thị của Hòa Thượng Tịnh Không về phần trọng yếu khi lâm chung. Trang 9

2. Trích đoạn sách "Vân thê Pháp Vựng" của Đại Sư Liên Trì về Pháp môn Niệm Phật! Trang 21

3. Đại Sư Liên Trì phổ khuyến giới sát, phóng sanh. Trang 35

4. Trích dẫn khai thị của Hòa Thượng Hòa thượng thiện nhân Tuyên Hóa. Trang 37

5. Trích dẫn khóa tụng niệm đơn giản nhất tại nhà. Trang 59

Phần I

Trích dẫn khai thị của Hòa Thượng Tịnh Không về phần trọng yếu khi lâm chung.

Cha mẹ là bậc đại ân nhân sanh dưỡng thân này, thế nên mọi người cần hiếu thuận, anh, chị, em, vợ chồng, phải thân ái, con trai, con gái, cháu dâu phải từ ái. Thế nào là thân ái, hiếu thuận, từ ái? Và thế nào là không thân ái, không hiếu thuận, không từ ái?

Đối với vấn đề này cần hiểu rõ, nếu hiểu biết một cách chung chung thì sẽ khiến cho tâm hiếu thuận, thân ái, từ ái biến thành việc ngỗ nghịch và tệ hại, mọi người chúng ta muốn trừ được mối nguy này thì những vấn đề sau cần học tập và hiểu rõ.

Đối với dây phút lâm chung là việc cuối cùng của đời người, quyến thuộc chúng ta trong 2 giai đoạn (lúc bịnh và lúc lâm chung) cần phải hiểu rõ.

1. Lúc người thân còn nằm bịnh, quyến thuộc phải tận tâm đối với người bịnh, phải biểu hiện tấm lòng chân thành, thân ái, từ ái, hiếu thuận. Phải chăm sóc cẩn thận trong mọi thời khắc, **bất luận là việc gì phải nhất nhất tùy thuận vào ý của người bịnh, không thể khiến người bịnh sanh phiền não dù chỉ chút ít.**

2. Khi người thân lúc sắp mạng chung, nhất định phải mời ban hộ niệm đến trợ niệm cho họ. Nếu ban hộ niệm đến, những người trong gia đình nhất định phải nghe theo lời họ chỉ dạy, mảy may không được chống trái. Phải hiểu rằng ban hộ niệm đến là để cứu độ thần thức người thân của mình vãng sanh Tây Phương, cho nên mọi người phải hết lòng cảm ơn và đối xử tử tế.

Giá như những người trong ban hộ niệm vì việc khác mà đến thì phải mời họ nói theo việc trợ niệm mà thực hành. Được vậy người mất sẽ được vãng sanh Tây Phương. Hơn nữa người trong gia đình phải ăn chay, không được sát sanh, phải vì người bịnh mà tu phước lành, trợ niệm cho họ. Khi thấy người bịnh yếu dần lúc đó phải nhất tâm trợ niệm giúp người bịnh được vãng sanh Tây Phương. **Tuyệt đối không được một mặt thì cầu người trợ niệm, một mặt thì chích thuốc trợ tim hoặc uống thuốc bổ. Những việc làm này chỉ làm tăng thêm khổ đau cho người bịnh thôi, làm cản trở ngại việc vãng sanh của họ.** Cầu mong những người trong gia đình hiểu rõ mà không hại người thân của mình.

Nói đến người sắp mạng chung, thần thức sẽ được đi vào nhiều con đường khác nhau, con đường Thánh ở cõi Tây Phương Cực Lạc, con đường vui ở cõi trời, người, atula, và con đường khổ ở địa ngục, ngạ quỷ, súc sanh. Những người trong gia đình nếu niệm danh hiệu Phật chính là đưa thần thức của họ về con đường Thánh ở cõi Tây Phương Cực Lạc, hưởng thọ vô lượng quả vui, vi diệu. Giá như đối với người bịnh, gia đình khóc lóc, kêu réo thì đó là đưa thần thức của họ vào 3 đường ác khổ là địa ngục, ngạ quỷ, súc sanh, mãi mãi chịu khổ đau. Những người trong gia đình phải hiểu rõ vấn đề này. Đây là phân biệt rõ ràng giữa hiếu thuận và không hiếu thuận, thân ái và không thân ái, từ ái và không từ ái.

Phải tin rằng trong kinh đức Phật dậy nếu

bị đọa lạc vào 3 đường ác: Địa ngục, ngạ quỷ, súc sanh thì phải chịu sự khổ đau không cùng, thời gian chịu khổ cũng rất dài. Ở địa ngục thì rất khổ, một ngày một đêm phải chịu muôn lần chết và muôn lần sống. Cái khổ ở ngạ quỷ phải chịu trăm ngàn muôn kiếp ngay cả tên của "nước" để uống còn không được nghe qua huống gì nói đến ăn. Súc sanh còn bị khốn khổ hơn vì phải chịu cảnh rút ruột, mổ bụng, đập đầu để cung cấp cho thân miệng người. Nếu bị đọa lạc vào 3 đường này thì ít nhất phải trải qua 3 ngàn đại kiếp, mỗi một đại kiếp lâu bằng 30 ức, tức 4 ngàn 3 trăm 48 vạn năm. Nếu đợi khi tội khổ 3 ngàn đại kiếp lãnh thọ xong mới được ra thì biết đến bao giờ? Giá như sanh về Tây Phương, mỗi ngày nghe đức Phật A Di Đà giảng kinh và thuyết pháp cùng làm bạn lành với Bồ Tát Quán Âm và Thế Chí, những cảnh tượng đều là sắc tướng màu nhiệm trang nghiêm, tai nghe toàn là những âm thanh hòa nhã vi diệu, hưởng thọ những quả vui như thế không thể nói hết được. Lại có đủ thần thông, đại lực đi hóa độ bà con thân thích của ta, muốn đến thì đến, muốn đi thì đi, tất cả đều tự tại như ý.

Hơn nữa trong trong một đời liền được thành Phật. Mọi người chúng ta nên hiểu rõ Tây

Phương Cực Lạc có vô số sự an vui như thế vậy ai mà không chịu phát tâm giúp đỡ cha, mẹ và người thân của mình niệm Phật về Tây Phương để hưởng sự an vui? Ba đường ác là địa ngục, ngạ quỷ, súc sanh có vô lượng phiền não thì ai lại nhẫn tâm đối với cha, mẹ, người thân của mình, buồn thương khóc lo, khiến cho cha mẹ, người thân của mình rơi vào ba đường ác, cam chịu đau khổ? **Chúng ta phải hiểu rằng người lúc lâm chung, được sanh Tây Phương hay bị đọa vào địa ngục, ngã quỷ,** súc sanh, trách nhiệm nhiệm này phần lớn là đó những người thân trong gia đình gây nên.

Người bịnh thường ngày đã phát tâm niệm Phật cầu sanh về Tây Phương thì đó là rất tốt, nhưng đối với người không có tín tâm niệm Phật để cầu sanh Tây Phương thì gia đình phải nói với người bịnh rằng:

"Thân người là vô thường, lại luôn bị trầm luân trong 6 nẻo luân hồi và ba đường ác là địa ngục *ngạ quỷ,* súc sanh. Đó là những nơi rất đau khổ và rất dễ đọa lạc. Cõi Tây Phương Cực Lạc an vui, người ở thế giới Tây *Phương Cực Lạc được hóa sanh từ hoa sen, chỗ ngồi êm ái, sạch sẽ, thoáng đẹp, lại có ánh sáng. Người dân ở Tây Phương Cực Lạc cư trú ở trong lầu cát làm*

bằng trân bảo chẳng những cao lớn, mà còn đẹp đẽ. Người dân ở Tây Phương muốn thức ăn ngon thì liền được ăn ngon, muốn mặc y phục đẹp thì liền được y phục đẹp, người dân ở Tây Phương hưởng thọ những sự an lạc không thể nói hết được. Bạn, hay ông, bà, cha, mẹ, anh, em...muốn phát tâm niệm Phật cầu sanh Tây Phương thì phải tha thiết cầu mong, đến khi lâm chung Phật A Di Đà tay cầm đài sen đến rước bạn, ông bà, cha, mẹ, anh, chị em... về Tây Phương Cực Lạc thế giới. Khi sanh về cõi nước ấy, thì hưởng thọ quả vui, nếu bạn, ông bà, cha, mẹ, anh, chị, em... chịu phát tâm niệm Phật thì nhất định được vãng sanh về cõi nước ấy."

Nhất định phải nói với người bịnh ba lần như thế. Khi nói không được nói quá mau, mà cần phải từ từ, ôn hòa, phải hiểu được tâm trạng của người bịnh rất dễ phát sanh phiền não, lo âu. Bản thân họ cũng rất sợ phiền não, nếu người bịnh tin thì không nên khuyên bảo nữa, sau đó chỉ khuyên người bịnh nhất tâm niệm Phật cầu sanh Tây Phương, người bịnh nếu có việc nhà hay việc thường ngày chưa nói rõ cho người nhà biết, người nhà nên đợi đến lúc tâm thức của họ tỉnh táo mà hỏi, nếu tâm thức của họ đang hôn mê, không hiểu được lời giảng giải hoặc trước đó có hỏi qua, thì không nên nói những việc gia đình cho người bịnh nghe để tránh làm tán loạn chánh niệm của người bịnh. Chánh niệm là trong tâm luôn trì danh hiệu Phật. Tâm thức của người bịnh nếu sáng suốt thì người trong nhà nên nói với họ rằng: Bạn thân, tất cả những việc trong gia đình chúng tôi đều gánh vác được, bạn không cần lo lắng nữa, khoảnh khắc quan trọng này phải chuyên tâm nhất ý niệm A Di Đà Phật cầu sanh Tây Phương. Từ đấy về sau phải luôn luôn nhắc nhở họ phải chuyên tâm niệm Phật cầu sanh Tây Phương đồng thời khi nhắc nhở họ, ngón tay chỉ về phía Tây nói với họ rằng : "Tây Phương đang ở trước mặt bạn, bạn phải nhất tâm niệm Phật để được vãng sanh, những người trong gia đình phải nhắc nhở người bịnh vài ba lần trong một ngày. Khi sanh về cõi nước ấy, thì hưởng thọ quả vui, nếu bạn, ông bà, cha, me, anh, chị, em chịu phát tâm niệm Phật thì nhất định được vãng sanh về cõi nước ấy."

Giá như tâm thức của người bịnh đã lâm vào trạng thái hôn mê thì không cần phải nhắc nhở nữa, mà chỉ trợ niệm danh hiệu Phật cho họ thôi, nếu có bạn bè, thân quyến đến thăm viếng họ, thì người trong nhà trước tiên phải mời họ vào phòng khách tiếp đãi và nói với họ rằng, việc trọng yếu của kiếp người là lúc lâm chung, nên việc giúp đỡ người bịnh niệm phật có lợi ích đối với người bịnh, nếu khóc lóc sẽ có trở ngại lớn đối với người bịnh không tránh khỏi nghi ngờ, thứ hai là tránh ở trước người bịnh buồn thương sầu não, ngăn cản chánh niệm của người bịnh, lại phải khuyên người khách niệm Phật cho người bịnh, cầu họ được vãng sanh Tây Phương như thế mới là tình bạn chân chánh, nếu người bịnh nghiệp chướng quá nặng không thích người khác thay họ niệm Phật, chán ghét người niệm Phật, nghe thấy người khác niệm Phật thì sanh lòng buồn bã, hoặc thấy oan hồn đến trước mặt đòi mạng, đây là ác nghiệp của họ đã hiện bày làm cản trở việc vãng sanh, ở trường hợp này những người trong gia đình phải dốc lòng niệm Phật sám hối, khiến người bịnh được tiêu trừ nghiệp chướng, vãng sanh Tịnh độ.

Lúc người đến trợ niệm đông, thì những người trong gia đình phải đến trước bàn thờ Phật, quỳ gối, chí thành cầu Phật từ bi tiếp dẫn thần thức vãng sanh Tây Phương, nếu người trợ niệm ít thì người trong gia đình phải đến gần người bịnh giúp họ niệm Phật nhưng không nên để cho người bịnh trông thấy, chúng ta phải hiểu trong giờ phút này nếu để cho họ thấy người trong gia đình thì khó sanh lòng buồn thương luyến ái làm trở ngại chánh kiến của họ, tốt nhất là nên ngồi ở phía sau hoặc hai bên hình Phật không nên bi ai, nếu khóc lóc người bịnh nghe được trong lòng nhất định sẽ khởi lên ý niệm luyến ái, nếu như vậy sẽ làm mất chánh niệm, chánh niệm mất thì không thể vãng sanh, nên trong giờ phút này người thân phải chú ý cẩn thận, tuyệt đối nén nỗi buồn. Chỉ lớn tiếng niệm Phật niệm từng câu từng chữ rõ ràng, đem tâm cầu Phật gia hộ cho người mất được thân tâm an lạc, chánh niệm phân minh và được sanh về thế giới Cực Lạc Tây Phương, và sau khi người bịnh tắt thở, lúc toàn bộ thân thể chưa lạnh, trong giai đoạn này người thân phải chú ý, không nên đau buồn mà phải phát tâm niệm lớn tiếng đồng thời trong mọi thời khắc, chớ để ruồi, muỗi, đậu trên mặt hoặc trên thân người mất.

Nên biết rằng người mất tuy đã tắt thở và chỗ còn nóng là thần thức chưa rời khỏi thể xác, nếu có vật gì tiếp xúc với thân thể người mất thì họ vẫn cảm thấy khó chịu, một số người vì không biết nên cứ thăm dò cơ thể người mất xem hơi nóng còn trú lại chỗ nào, việc làm này rất tai hại, không có lợi ích chi cả.

Người mất hơn 10 tiếng đồng hồ, nếu

muốn biết toàn thân đã lạnh hẳn chưa thì phải mời một người tương đối hiểu biết, nhẹ nhàng từ từ và thăm dò, những người gia đình lúc này phải nghe theo lời của ban hộ niệm để tránh sự tai hại đáng tiếc, nếu không có ban hộ niệm chỉ dẫn, nhất định phải theo phương pháp hộ niệm mà hành trì, đến như người hộ niệm cũng phải tuân theo người lãnh đạo chỉ dẫn, không nên tùy tiện sờ mó, càng không nên mê tín nghe theo lời của người đời nói rằng: "Sau khi chết lúc cơ thể còn nóng xương còn mềm thay quần áo là tốt nhất, hoặc di chuyển thân thể của người mất, lại thấy mắt không nhắm được thì bảo phải khóc, nếu không hung tinh không đi", đây là những lời mê tín tương truyền, làm cho vô số linh hồn vong linh bị hại, chịu khổ não và vô cùng oan uổng, rơi vào ba đường ác là địa ngục, ngạ quỷ, súc sanh.

Thuở xưa có một vị vua là A Kỳ Đạt hàng ngày phụng thờ kinh Phật pháp, xây dựng chùa tháp, công đức cao vời, đến lúc lâm chung khi hơi thở vừa dứt, bị quân hầu cận vì nhiều ngày mất ngủ nên để quên chiếc quạt cầm trên tay trên mặt ông, lúc ấy ông cảm thấy rất khó chịu nên nổi lòng sân, thần thức liền theo lòng sân này, mà đọa làm thân rắn, vì vua A Kì Đạt lúc còn sống đã từng tự tạo nhiều công đức lành, in kinh Phật pháp , xây dựng chùa tháp nên sau gặp được vị Tăng nói pháp cho nghe, con rắn này được nghe Phật pháp thì ba ngày sau nó chết liền thoát khỏi thân rắn, và thần thức sanh lên cõi trời.

Thuyết pháp mê tín theo khuôn pháp sáo rỗng của người thế tục, như thế là không có căn cứ, mọi người chúng ta cần biết rõ kiểu thuyết pháp mê tín này, để khi mất khỏi bị đọa lạc vào địa ngục, ngạ quỷ, súc sanh một cách oan uổng, cho nên, người mất sau khi đứt hơi thở, tuyệt đối không được đụng chạm vào cơ thể họ để tránh tai hại là làm cho họ không được vãng sanh. Nói tóm lại tất cả đều phải nghe theo sự hướng dẫn của ban hộ niệm, nếu không có ban hộ niệm những người trong gia đình chúng ta phải *nhẹ nhàng thăm dò cơ thể người mất đợi đến khi toàn thân lạnh hết rồi mới lo liệu việc tắm rửa và thay y phục.*

Phần II

Trích đoạn sách "Vân thê Pháp Vựng" của Đại Sư Liên Trì về Pháp môn Niệm Phật!

1. Tâm ta vốn vô niệm, hễ có niệm khởi lên là sai; nhưng chúng sanh từ vô thỉ đến nay quen thói vọng tưởng khó lòng thay đổi ngay được. Nay dạy họ niệm Phật chính là dùng độc trị độc, dùng quân dẹp quân. Một pháp niệm Phật lại có nhiều môn. **Nay pháp trì danh đây là đường tắt nhất trong các đường tắt.** Bởi vì Đức Phật có vô lượng đức nên bốn chữ danh hiệu đã bao gồm trọn cả.

A Di Đà chính là toàn thể nhất tâm, tâm bao gồm mọi đức: Thường, Lạc, Ngã, Tịnh, Bổn Giác, Thỉ Giác, Chơn Như, Phật Tánh, Bồ Đề, Niết Bàn. Trăm ngàn vạn danh hiệu đều được chứa đựng bất tận trong một danh hiệu này.

2. Chúng sanh học Phật cũng có vô lượng hành pháp, nhưng một pháp Trì Danh đây đã bao gồm trọn tất cả vì Trì Danh chính là trì một tâm đây. Tâm đã gồm trăm hạnh Tứ Đế, Lục Độ cho đến tám vạn bốn ngàn hằng hà sa vi trần hết thảy pháp môn, bao gồm hết cả không còn sót gì.

Có nhiều cách trì danh:

a. Một là Minh Trì, nghĩa là xưng niệm ra tiếng.

b. Hai là Mặc Trì, nghĩa là niệm thầm không ra tiếng.

c. Ba là Bán Minh Bán Mặc Trì, nghĩa là chỉ khẽ động môi lưỡi để niệm. Cách này được những người tụng chú gọi là Kim Cang Trì.

Lại còn có cách niệm ghi số hoặc niệm chẳng ghi số, tuỳ ý dùng cách nào cũng được!

Cách trì niệm nào cũng chia ra làm Sự Và Lý: "Ức niệm" chẳng gián đoạn thì gọi là Sự Trì; Thể cứu đến cùng tột chẳng hề gián đoạn thì gọi là Lý Trì.

"Ức niệm" là nghe nói đến danh hiệu Phật thì luôn nhớ tới, luôn nghĩ tới, tâm duyên theo từng chữ rõ ràng; câu trước, câu sau liên tiếp chẳng gián đoạn. Đi, đứng, nằm, ngồi, chỉ mỗi có niệm nầy, không có niệm thứ hai; chẳng bị tạp loạn bởi các niệm tham, sân, si, phiền não đúng như Kinh Thanh Cụ Quang Minh Định Ý dạy: Nhất tâm nơi vắng vẻ, tịch mịch; nhất tâm giữa các phiền não; cho đến giữa những cảnh khen, chê, lợi, tổn, thiện, ác v.v... đều nhất tâm.

Do mặt Sự đã đạt nhưng chưa thấu triệt mặt Lý, chỉ đạt được Tín Lực, chưa thấy đạo nên gọi là Sự Nhất Tâm. Thể Cứu là nghe danh hiệu Phật thì không những chỉ ức niệm mà còn trở lại quán sát ngay cái niệm ấy, suy lường thẩm định tìm tòi đến tận cùng cội rễ. Thể cứu đến cùng tột thì đột nhiên sẽ khế hợp bổn tâm. Trong đây lại gồm có 2 loại:

Một là "Như - Trị Bất Nhị":

Ngoài cái tâm năng niệm chẳng hề có Đức Phật để mình niệm. Đây là ngoài Trí chẳng có Như.

Ngoài đức Phật được niệm chẳng hề có cái tâm năng niệm để niệm Phật. Đó là ngoài Như không có Trí nên chỉ có nhất tâm.

Hai là "Tịch Chiếu Nan Tư":

Nếu bảo là "Có" thì bản thể của cái tâm năng niệm tự nó là "Không", tròn chẳng thể có được đức Phật được niệm.

Nếu bảo là "Không" thì cái tâm năng niệm vằng vặc chẳng mờ mịt, đức Phật được niệm rành rành phân minh

Nếu bảo là "chẳng có chẳng không" thì cả Hữu niệm lẫn Vô niệm đều mất

Nếu bảo là "chẳng phải có chẳng phải không" thì Hữu niệm lẫn Vô niệm cùng tồn tại. "Chẳng phải có" là thường tịch, "chẳng phải không" là thường chiếu. "Chẳng có chẳng không và chẳng phải có chẳng phải không" là chẳng tịch, chẳng chiếu, nhưng vừa chiếu, vừa tịch. Không cách gì để diễn tả suy lường được, chẳng thể gọi tên được nên chỉ có Nhất Tâm. Do chính là Năng lẫn Sở đều tiêu, khiến giải Hữu lẫn Vô cùng mất. Thể vốn sẵn thanh tịnh thì còn có pháp gì tạp loạn được nó. Do vì thấy một cách đúng đắn như thế nên gọi là Lý Nhất Tâm.

Nhưng, "Sự" nương theo "Lý" mà khởi, Lý được tỏ bày bởi Sự; Sự và Lý hỗ trợ nhau, chẳng thể phế bỏ một bên nào. Dầu chấp Sự nhưng niệm đến mức liên tục thì vẫn chẳng mất phần dự vào các phẩm vị; còn nếu chấp Lý nhưng tâm chưa minh thật sự thì sẽ biến thành cái họa lạc vào Không kiến.

3. Niệm Phật to tiếng dễ mất sức, niệm

thầm dễ bị hôn trầm. Chỉ cốt niệm miên miên mật mật. Tiếng niệm động nơi răng, môi, tức là Kim Cang Trì. Nhưng lại chẳng nên chấp chặt. Nếu biết mình đã mệt thì niệm thầm cũng chẳng trở ngại gì. Nếu biết mình hôn trầm thì chẳng ngại gì niệm lớn tiếng. Hiện tại, người niệm Phật chỉ là luôn tay khua mõ, miệng ong óng gào theo cho nên chẳng được lợi ích gì. Cần niệm sao cho từng câu thoát ra khỏi miệng, vọng vào tai, từng tiếng đánh thức từ tâm, ví như người đang ngủ mê mệt, có ai gọi lớn tên lên thi kẻ đó sẽ thức giấc.

Bởi vậy, điều quan trọng nhất trong việc niệm Phật là nhiếp tâm.

4. Tạp niệm là bịnh. Niệm Phật là thuốc. Niệm Phật chính là để trị tạp niệm, nếu chẳng trị nổi tạp niệm là do niệm Phật chẳng tha thiết. Lúc tạp niệm khởi lên liền dốc sức ra công; mỗi chữ, mỗi câu tinh nhất chẳng xen tạp thì tạp niệm tự dứt.

Trong mỗi niệm luôn niệm Phật không có tạp niệm thì gọi là Nhất Tâm. Nhất tâm niệm Phật mà còn nhất tâm tu các pháp môn khác thì gọi là Nhị Tâm!

Không tạp niệm mới chỉ là Sự Nhất Tâm, thế mà ta nay còn chưa làm được huống hồ gì là Lý Nhất Tâm? Vì Vậy niệm Phật phải giữ chí đừng để nhị tâm, đừng vì lẽ tam muội khó thành bèn đổi sang tu các hạnh khác!

5. Kẻ mới học, sanh sau, vừa mới lấy câu niệm Phật đặt nơi tâm thì vọng tưởng suy nghĩ nổi lên tơi bời, đè lấp cả cái giác bèn cho rằng công phu niệm Phật chẳng thể nhiếp tâm nổi. Chẳng hề biết rằng mình làm sao đoạn ngay nổi nguyên do sanh tử từ vô lượng kiếp đến nay cho được? Ngay trong lúc vạn niệm vần vũ chính là lúc để ra sức công phu, (mặc cho) định tâm, tán tâm nhoang nhoáng. Lâu ngày công phu thuần thục, tự nhiên vọng niệm chẳng khởi. Các ông coi những vọng niệm mình nhận biết được đó là nặng, cho nên bèn lơ là câu niệm Phật này. Còn như lúc chẳng niệm Phật, vọng niệm bồng bột tơi bời chẳng ngừng nghỉ trong một sát na nào hết thì các ông làm sao biết được?

6. Cổ nhân dạy thân cận minh sư, cầu thiện tri thức, nhưng thật ra thiện tri thức chẳng thể dùng miệng truyền tâm trao pháp môn bí mật được, họ chỉ giúp người khác gỡ niệm cởi trói. Đây chính là "bí mật"!

Nay chỉ tám chữ "chấp trì danh hiệu, nhất tâm bất loạn" chính là pháp môn bí mật để gỡ niệm cởi trói, là đường lớn thênh thênh để thoát sanh tử. Sáng niệm, chiều niệm, đi niệm, ngồi niệm, niệm niệm liên tục tự thành tam - muội, chứ đừng có cầu cái gì khác nữa!

7. Tâm vốn chẳng sanh, do duyên hợp mà sanh. Tâm vốn chẳng chết, do duyên tan lìa nên chết. Tựa hồ có sanh tử, nhưng vốn chẳng đến đi. Lãnh hội được điều này thì sanh thuận, tử an, thường tịch, thường chiếu. Nếu như chưa làm được như thế thì hãy buông bỏ toàn thân, khăng khăng trì một câu" A Di Đà Phật" cầu sanh Tịnh Độ. Giả sử các duyên chưa hết, thọ mạng chưa đứt thì càng phải nên niệm Phật, sẽ có lợi ích lớn. Cổ đức bảo: "Pháp môn niệm Phật là thuật trường sanh của đấng Kim Tiên (Tức nói chư Phật hoặc các vị tiên có thân kim sắc).

Sanh tử chẳng lìa nhất niệm, thậm chí vạn hạnh dù thế gian hay xuất thế gian đều chẳng lìa khỏi một niệm. Nay dùng cái niệm ấy để niệm Phật thì sẽ thiết tha, gần gũi, tinh chuyên, chơn thật xiết bao? Nếu truy xét chỗ bắt nguồn của cái niệm ấy thì nó chính là tự tánh Di Đà, chính là ý sang Tây của tổ sư. Dù cho chẳng ngộ được, cứ nương theo nguyện lực vãng sanh Cực Lạc, cắt ngang sanh tử, chẳng thọ luân hồi thì rốt cục sẽ đại ngộ!

Xin hãy buông bỏ vạn duyên, trong mười hai thời, niệm niệm khăng khăng thì đây chính là điều tôi rất mong mỏi.

8. Bảy mươi tuổi từ xưa đã hiếm, sống trăm năm có được mấy người! **Nay trong lúc tuổi xế chiều đây chính là lúc buông bỏ hoài bão, thấy rõ thế gian hệt như một trường hý kịch, chẳng hề chân thật. Chỉ còn một câu A Di Đà Phật để đắp đổi tháng ngày, chỉ lấy Tây Phương Cực Lạc thế giới làm quê nhà mình**: Nay ta niệm Phật, mai sau sanh về Tây Phương. Còn gì hay hơn, hay nên vui mừng lớn lao, đừng sanh phiền não!

Giả sử gặp phải chuyện chẳng như ý hãy liền xoay chuyển ý niệm, gấp rút đề cao câu niệm Phật này, hồi quang phản chiếu: Ta là người sống trong thế giới của Phật A Di Đà lẽ nào còn thấy biết như người trong thế gian mà nóng giận, vui vẻ, chỉ nhất tâm niệm Phật. Đây chính là Pháp môn đại an lạc, đại giải thoát của những người trí huệ.

9. Nguyên do của bịnh tật phần nhiều là do sát sanh; bởi thế, ta nên thiên trọng phóng sanh. Bên ngoài càng thêm sám, trong tâm tự hối, công đức rất nhiều. Xin hãy để tâm trống trải, quét sạch hết thảy các duyên. Trong cái tâm rỗng rang đó chỉ có một câu A Di Đà Phật. Nói niệm Phật đó thì bất tất phải nhếch mép, động lưỡi; chỉ lặng lẽ dùng tâm nhãn phản chiếu từng chữ phân minh, từng câu tiếp nối từ sáng đến tối, từ tối đến sáng, tâm tâm chẳng hề gián đoạn. Nếu có đau khổ thì cứ nhẫn nại, nhất tâm nghĩ đến câu niệm. Kinh dạy: **"Chí tâm niệm Phật một tiếng diệt được trọng tội trong tám mươi ức kiếp sanh tử"** Bởi thế, công đức niệm Phật rất lớn lao vậy.

10. Kẻ học Phật chẳng cần phải trang nghiêm hình dáng, chỉ quý tu hành chân thật: Hàng tại gia cư sĩ chẳng cần phải áo sồng, khăn đao. Người còn để tóc thì có thể mặc thường phục để niệm Phật, chẳng nhất thiết phải gõ mõ, đánh trống. Người thích yên tĩnh có thể tự lặng lẽ niệm Phật, chẳng nhất thiết phải quây quần lập hội. Người ngại việc cứ tự đóng cửa niệm Phật, chẳng cần phải vào chùa nghe kinh. Người biết chữ có thể tự tuân theo giáo Pháp niệm Phật. Ngàn dặm thiêu hương chẳng bằng ngồi yên trong nhà nhà niệm Phật. Cung phụng thầy tà chẳng bằng hiếu thuận cha mẹ niệm Phật. Giao du rộng rãi với bạn bè ma chẳng bằng một thân thanh tinh niệm Phật. Gởi tiền kho kiếp sau chẳng bằng hiện đời làm phước niệm Phật. Van vái, cầu đảo chẳng bằng hối lỗi, sửa mình niệm Phật. Tu học theo kinh sách ngoại đạo chẳng bằng một chữ không biết nhưng niệm Phật. Vô tri bàn xằng lẽ Thiền chẳng bằng rộng chắc, già dặn trì giới, niệm Phật. Mong cầu yêu ma linh ứng chẳng bằng chánh tín nhân quả niệm Phật.

Nói tóm lại đoan chánh tấm lòng, diệt ác thì người niệm Phật như thế gọi là Thiện Nhân. Nhiếp tâm từ bỏ tán loạn thì người niệm Phật như thế gọi là Hiền Nhân. Ngộ tâm đoạn hoặc thì người niệm Phật như thế gọi là Thánh Nhân.

11. Khuyên người cực nhàn hạ hãy niệm Phật: Cưới gả đã xong, con cháu đã yên bề gia thất, an nhàn vô sự; đây đúng là lúc nên tận tâm, tận lực mỗi ngày niệm mấy ngàn câu cho đến cả vạn câu. Khuyên người lúc bận, lúc rảnh hãy niệm Phật: Xong việc một nửa hay chưa xong, dù bận hay rảnh, tuy chưa cực nhàn, vẫn có thể lúc bận thì lo lắng công việc, lúc rảnh bèn niệm Phật. Mỗi ngày niệm mấy trăm câu, cho đến mấy ngàn câu.

Khuyên người bạn rộn cùng cực hãy niệm Phật: Siêng lo việc nước, bôn ba gia nghiệp, dầu chẳng có lúc thảnh thơi, nhưng cần phải dành lấy dịp rảnh rang trong khi bận rộn để niệm Phật. Mỗi ngày sáng sớm hành "Thập Niệm" (10 Niệm) cho đến niệm mấy trăm câu trong cả ngày.

12. Pháp môn niệm Phật bất luận nam, nữ, Tăng, tục, quý, hèn, hiền, ngu, không một ai là chẳng niệm Phật được!

Nếu là người phú quý, của cải dư dả thì đúng là phải niệm Phật.

Nếu là kẻ bần cùng, nhà hẹp, của ít, thì càng phải nên niệm Phật.

Nếu là người có con cháu, việc tổ tiên cúng bái đã có chỗ nhờ cậy thì rất nên niệm Phật.

Nếu là người không con, trơ trọi một thân tự do thì càng phải niệm Phật.

Nếu ai có con hiếu thuận, yêu thương con cái phụng dưỡng thì rất nên niệm Phật.

Nếu ai có con ngỗ nghịch, chẳng sanh lòng yêu thương thì thật đúng là phải niệm Phật.

Nếu ai vô bịnh, thân thể khỏe mạnh thì càng phải nên niệm Phật.

Nếu ai có bịnh, rất gần cơn vô thường thì càng phải niệm Phật.

Nếu ai già cả, tháng ngày chẳng còn mấy thì càng phải nên niệm Phật

Nếu ai tuổi trẻ tinh thần sáng suốt thì ắt là rất tốt để niệm Phật.

Nếu ai an nhàn, tâm không bị sự gì khuấy động thì đúng là nên niệm Phật.

Nếu là người bận rộn, được đôi lúc nhàn rỗi giữa khi bận rộn thì càng phải nên niệm Phật.

Nếu là người xuất gia, tiêu dao ngoài cõi đời thì càng phải nên niệm Phật.

Nếu là kẻ tại gia biết cõi đời đúng là nhà lửa thì càng phải nên niệm Phật

Nếu ai thông minh, thông hiểu Tịnh Độ thì rất nên niệm Phật

Nếu là kẻ ngu si, thô lỗ không làm gì khác nổi thì thật là đúng nên niệm Phật.

Nếu ai trì Luật mà Luật lại đó Phật chế ra; vì thế, rất nên niệm Phật.

Nếu ai đọc kinh mà kinh là do Phật dậy, càng phải nên niệm Phật.

Nếu ai tham thiền, do Thiền là tâm Phật nên càng phải nên niệm Phật.

Nếu ai ngộ đạo thì ngộ, cần phải được Phật chứng cho nên càng phải niệm Phật.

Chỉ cần niệm Phật, tôn xưng đã thành quy kính. Sáu chữ (Nam mô A Di Đà Phật) hoặc bốn chữ (A Di Đà Phật), thật chẳng sai khác gì có điều là do pháp truyền lâu ngày hóa tệ, biến thành lê thê : Khua chiêng, thúc trống, như xướng, như ca, thổn thức rên siết như gào, như quát, thiên nhĩ nghe thấy chẳng buồn bã hay sao? **Nhưng dù là xưng danh một cách hoan hỷ hay nóng nảy cũng vẫn gieo trồng nhân lành, quả báo tương lai chẳng thể nghĩ bàn.** Kẻ phàm tình mê muội không biết rõ chứ người có trí huệ thì biết rất rõ điều này.

Phần III
Đại Sư Liên Trì
phổ khuyến giới sát, phóng sanh

"Ai ai cũng yêu mạng, con vật nào cũng tham sống, lẽ đâu giết thân mạng chúng để no miệng mình. Hoặc mũi nhọn phanh bụng, hoặc dao sắc chọc tim, hoặc lột da, cạo vẩy, hoặc cắt họng, bóc vỏ, hoặc nước sôi sùng sục nấu sống trạnh, lươn; hoặc muối, rượu muối sống cua, tôm. Đáng thương thay! Đau đớn cùng cực không cách giải bày, khổ sở tột bậc khó lòng chịu đựng. Tạo tội ác ngập trời đến thế, kết thành muôn kiếp thâm thù. Một mai vô thường liền đọa địa ngục, vạc sôi, lò than, cây kiếm, núi đao, vừa chịu tội xong lại làm loài vật. Oan, oan vay trả, mạng mạng đáp đền. Rốt cuộc được làm người, lại lâm bịnh, yểu thọ, hoặc bị rắn, cọp cắn chết, hoặc chết vì nạn đao binh , hoặc chết trong vòng tù tội, hoặc chết vì độc dược, đều là do sát hại cảm thành.

Tôi nay ứa lệ máu, dập trán, ai cáo người đời: Chẳng dám bức các vị ăn chay, trước chỉ khuyên né tránh giết. Nhà giữ giới sát thì thiện thần thủ hộ, tai hoạch tiêu trừ, tuổi thọ dài lâu, con cháu hiền hiếu, cát tường đủ thứ, khó thuật trọn nổi. Nếu còn tùy sức phóng sanh, lại thêm niệm Phật, chẳng những phước đức tăng trưởng, ắt còn tùy nguyện vãng sanh, mãi thoát luân hồi, lên bậc Bất Thối.

Các nhân giả có duyên gặp lời này, xin hãy hồi tâm, quyết chí thọ trì, chớ sanh nghi hối. Nếu chưa làm được, hãy chuyển cho người khác thì công đức cũng vô lượng."

Phần IV
Trích dẫn khai thị của Hòa thượng thiện nhân Tuyên Hóa

Khi bạn có lòng lo sợ thì dù bạn không muốn ma lại, ma cũng sẽ tới. Bạn không có tâm lo sợ, thì dù ma muốn tới cũng không thể nào tới. Đây là bí quyết quan trọng nhất: đừng có sợ hãi. Khi bạn không sợ hãi thì tâm sẽ **chính**. Chính thì có thể hàng phục mọi thứ, bởi vì tà bất thắng chính. Vì thế ma sợ nhất chính là bốn chữ: **Chính đại quang minh**.

Người minh tâm thì không ngu si. Kẻ kiến tánh thì không âu sầu. Tâm như gương sáng, lại cũng như nước lặng.

Các bạn nên:

Tùy duyên để tiêu nghiệp cũ, chớ tạo thêm tội mới.

Kẻ tự mãn, (kiêu ngạo, cho mình quá tốt quá giỏi quá đủ) thì tuyệt đối chẳng thành tựu được gì cả. Mình phải học: Có mà dường như không, thật mà dường như giả. Có đạo đức cao thượng thì dường như chẳng có vẻ gì cả. Kẻ chân chính có tài hoa, thì y có vẻ như chẳng có tài gì cả.

Sau đây là Sáu cái đừng:

Khi ngồi đừng đu đưa chân, rung đầu gối.

Khi đứng, đừng rung quần.

Khi đi đừng ngoái đầu.

Khi nói đừng lộ lưỡi.

Khi cười đừng cười lớn tiếng.

Khi nóng giận đừng la hét.

Phải tập: Suy nghĩ chín chắn rồi hãy nói, lòng vui rồi mới cười, thấy việc ấy có nghĩa mới làm.

Tất cả pháp hữu vi ở cõi đời này, thật sự là hết sức mỏng manh, không chắc chắn gì hết. Chẳng có chuyện gì vĩnh viễn không biến hoại. Tất cả mọi sự mọi vật không thứ gì kiên cố cả.

Chúng ta ai mà thường thường cứ nổi nóng

tức giận, nổi lửa vô minh, thì chính là đang ở trong lưới của ma. Làm sao thoát lưới ma? Rất dễ dàng: Đừng nóng giận. Không nổi dóa, không có lửa vô minh, không sân giận thì sẽ thoát lưới ma ngay.

Thân thể của mình là giả, thế sao mình cứ chấp trước nó hoài vậy? Vì sao mà cứ vì nó mà tạo tội nghiệp, chẳng thể buông bỏ.

Người tu đạo phải tu hạnh viễn ly: Viễn ly tài sắc danh thực thùy, viễn ly mọi thứ xấu ác. Gần gũi mọi thứ thiện.

Ai có thể hàng phục sáu căn, sáu trần, sáu thức khiến chúng nghe lời, không tạo phản, kẻ ấy là Bồ Tát.

Ai có thể quét sạch tình cảm, lòng không còn rác rưởi dơ bẩn, kẻ ấy là Bồ Tát.

Các vị phải thức tỉnh, giác ngộ đời người là vô thường. Con quỷ vô thường không biết lúc nào sẽ tìm mình. Lúc ấy: Ngàn thứ chẳng đem theo đặng, chỉ có nghiệp theo thân. Nếu bây giờ không dụng công thì đợi đến lúc nào, đến kiếp nào mới tu đây?

Bạn nên biết rằng hai chữ *danh* và *lợi* làm hại tất cả người đời.

Không có lòng tham dục thì phiền não gì cũng chẳng có. Một khi có lòng tham dục thì chuyện gì cũng xảy ra. Thế giới, vạn sự vạn vật vạn loài, thứ gì cũng do lòng tham dục sinh ra cả.

Thật ra những thứ sơn yêu, thủy quái, tinh my v.v... Không phải là chuyện phiếm đâu. Song nếu lật ngược vấn đề lại nhìn thì nếu mình giữ lòng mình cho thanh tịnh, không có tà niệm, thì lúc nào cũng có thiên long bảo vệ mình. Hãy kiên cố giữ tâm đừng để sơ hở, thì ma chướng từ đâu mà lọt vào chớ.

Kẻ có trí huệ thì không có phiền não.

Dựa vào chân mà có vọng. Khi vọng hết thì chân hiện bày. Vọng chưa dứt thì chân không hiện.

Người học Phật chớ nên hễ nghe người ta khen là vui vẻ cao hứng lắm. Nghe một câu không vừa ý thì phiền não vô cùng. Đó là biểu hiện chẳng có định lực. Có định lực thì bạn không bị cảnh giới của tám gió làm lay chuyển.

Lúc nào các bạn cũng phải tu hành, lúc nào cũng siêng năng cầu thoát ra khỏi cõi đời trần thế này.

Sinh tử nguy hiểm như vậy mà mình còn dám lười biếng sao! Lại còn ra vẻ như chẳng có chuyện gì, tựa như rằng mình có định lực ghê lắm. Chẳng phải đó là lãng phí thời gian sao?

Bậc đạo đức cao tăng xưa kia, thường thường tới một cách vô hình mà ra đi cũng không dấu tích. Tới thì phiêu phiêu, đi thì hốt hốt. Tới như gió thoảng, đi cũng như gió thoảng. (Tuy rằng đạo phong của các ngài truyền lưu muôn thuở). Tới thì vô quái vô ngại, đi cũng vô quái vô ngại.

Siêng tu giới định huệ tức là người quân tử thì hướng về phía trước mà tiến. Khi trừ diệt tham sân si thì mình không cần phải hướng xuống nữa.

Ma vô cùng thông minh. Nó rình biết người kia có lòng tham muốn thứ gì thì nó sẽ dùng phương pháp thích hợp để dụ hoặc người đó. Do đó người tu hành chúng ta không cần thiết phải niệm chú gì đặc biệt, cũng không dùng pháp môn gì. Chỉ cần mình chân thật, không tranh, không tham, không mong cầu, không ích kỷ, không tự lợi, cứ chăm chỉ khổ tu, thì không có ma gì phá hại được bạn. Chỉ cần bạn có lòng tham, có lòng kiêu hãnh, muốn chiếm tiện nghi, muốn tìm đường tu tắt, thì sẽ dễ dàng bị dính vào ma sự.

Khi sinh tâm ô nhiễm, thì đó là thế giới Ta Bà.

Khi sinh tâm thanh tịnh, thì đó là thế giới Cực Lạc. Thế giới Lưu Ly và Cực Lạc không có gì khác biệt đâu.

Xây chùa không bằng xây người. Xây người không bằng xây Phật.

Bạn phải đang cơ (ngay lúc chuyện xảy ra) mà quyết định (phải làm gì). Không nên ủy my, trù trừ chẳng quyết, rồi cứ dây dưa mãi, khiến mất đi thời cơ quý báu. Chớ nên lết chân chẳng quyết, phải mau chặt đứt phiền não, liễu thoát sinh tử.

Trời đất không thể một ngày không hòa khí, lòng người không thể một ngày thiếu hỉ thần (niềm vui). Ngày ngày mình phải mời hỉ thần tới tâm, làm bạn với hỉ thần. Vậy thì mình sẽ không có phiền não. Điều này đối với người tu cũng quan trọng lắm.

Mình phải dập tắt chiến tranh thế giới, không phải là phản đối chiến tranh. Khi bạn có tâm phản chiến thì chiến tranh nơi thân bạn đã phát sinh rồi. Khi bạn phản đối kẻ khác, hay phản kháng chiến tranh, thì chiến tranh trong tâm bạn đã khởi dậy rồi.

Bạn không tin nhân quả báo ứng? Chờ tới khi nó đổ xuống đầu bạn, lúc ấy muốn trốn cũng trốn không kịp.

Ngồi kiết già là để dễ dàng nhập định. Nếu bạn có thể nhập định lúc đi, thì ngồi hay không ngồi đều như nhau. Cảnh giới nhập định thì hoàn toàn vắng lặng vọng tưởng, trong tâm không sinh một niệm, không nhiễm bụi trần. Nếu bạn có thể trong lúc đi đứng nằm ngồi không sinh ý niệm nào cũng chẳng nhiễm bụi trần gì thì đó chính là chỗ bạn dụng công. Không phải rằng ngồi xuống mới gọi là dụng công.

Đừng nên bị những tướng hư giả làm điên đảo.

Không thể nhầm lẫn trong lý nhân quả, không thể đình trệ trong việc tu hành.

Người tu hành thì lánh xa danh lợi. Họ xem phú quý như những giọt sương giữa khóm hoa. Họ xem công danh như hơi nước trên mái ngói, trong khoảnh khắc sẽ tan biến mất dấu tích. Nếu bạn muốn trắc nghiệm xem người nào đó có tu hành hay không thì hãy xem việc làm, hành động của người đó có nhắm về danh với lợi chăng.

Không khóc không cười, đó gọi là định lực. Không có định lực thì mới hay khóc hay cười.

Nếu thường tinh tấn thì đó tức là ở trong định. Nếu bạn có thể tùy thuận theo duyên bên ngoài mà không biến đổi, không thay đổi chí hướng nhưng có thể thích ứng với hoàn cảnh, thì đó gọi là Kim Cang Định. Kim Cang Định không phải là thứ có hình tướng, nó chỉ là tâm bồ đề không biến hoại mà thôi.

Nếu mình thấu suốt được thất tình: Vui, giận, buồn, sợ, yêu, ghét, ham muốn - thì có thể hàng phục nó. Đừng để chúng nổi sóng, nổi gió thì tức là hàng phục tâm mình.

Hiện tại chuyện tối quan trọng là thế giới quá đầy bọn tiểu quỷ, không biết bao nhiêu mà kể. Vì sao tụi tiểu quỷ nhiều như vậy? Bởi vì người ta phá thai nhiều quá. Thai nhi chưa thành hình mà đã bị giết rồi, nên khi làm quỷ chúng có tâm báo thù rất nặng nề. Do đó giới sát, phóng sinh, ăn chay thì bao quát không được phá thai. Những tiểu quỷ thật không dễ độ thoát chúng đâu, rằng: Diêm Vương dễ gặp, tiểu quỷ khó độ.

Người thiếu đức hạnh thì có tánh nóng rất lớn, vô minh ngu si cũng sâu dày. Người có đức hạnh thì chẳng có nóng nảy gì cả, vô minh cũng đã hóa trừ thành trí huệ. Do đó người tu hành phải tài bồi đức hạnh là vậy.

Người thường tự so sánh, cho rằng mình hơn kẻ khác. Kỳ thật, khi thân tâm chưa đạt đến cảnh không thì họ đều chấp trước vào ngã tướng mà thôi. Kẻ tham thiền phải trừ bỏ cái ngã. Chẳng những không có tướng hay quan niệm về cái tôi, mà cần phải không có cái tâm, không có cái thân. Khi thân tâm đều không, bạn sẽ làm vô tâm đạo nhân.

Khi chân chính chẳng có vọng tưởng thì bạn sẽ vãng sinh thế giới Cực Lạc. Khi không có vọng tưởng thì sẽ không có phiền não, không có thống khổ. Đó chính là thế giới Cực Lạc.

Nên biết thiểu dục tri túc (bớt tham muốn, biết mình đủ). Khi biết mình gì cũng đầy đủ thì sẽ không có gì rắc rối.

Mỗi người chúng ta không nên tụng suông Kinh Kim Cang, Kinh A Di Đà, Kinh Pháp Hoa, Kinh Lăng Nghiêm. Mình phải tụng cho rõ ràng bộ kinh trong tâm thì mới tốt. Bạn tụng bộ kinh chân thật tức là khi tâm chẳng có đố kỵ, chẳng cống cao ngã mạn, chẳng chấp trước vào cái ngã một cách nặng nề, chẳng chấp cứng vào kiến giải của mình thật sâu. Nếu bạn có những tật xấu trên thì tuy bạn có tụng kinh nhưng bạn không biết tụng.

Người có tánh nóng nảy thì khổ. Người không có tánh nóng nảy thì sướng. Người hay nổi giận thì có phiền não; kẻ không nóng giận thì thường thường vui vẻ. Tánh nóng giận là kẻ thù lớn nhất của mình. Vì sao người ta sinh bịnh? Bởi vì có nóng giận. Vì sao mọi chuyện không xảy ra thuận lợi? Cũng bởi vì có sự nóng giận. Nếu người ta ở trong mọi thời điểm, lúc nào cũng không nóng nảy giận dữ thì y lúc nào cũng vui sướng khoái lạc, bình an.

Muốn tu đạo thì phải nuôi dưỡng đạo đức. Không có đức hạnh thì chẳng thể tu đặng.

Tu đạo cần mình phải thật thà. Nó cũng giống như xe tơ, cần phải từng sợi từng sợi kéo ra thì mới không rối loạn.

Đừng nên tìm phương pháp khoa học để đạt tới giác ngộ. Đừng nên làm cách thông minh.

Trên thân thể của mỗi người, ai cũng có vô lượng vô biên chúng sinh. Nếu bạn có lòng tham thì những chúng sinh ấy cũng có tâm tham, nếu bạn có lòng tức giận thì mỗi chúng sinh ấy cũng bắt chước nổi lòng tức giận. Tánh tham sân si của mình có thể ảnh hưởng đến những chúng sinh ấy. Những chúng sinh nhỏ ấy lại biến thành rất nhiều con, những con lớn lại càng biến lớn hơn. Đó chính trăm ngàn ức hóa thân của bạn! Do vậy người tu đạo, cử tâm động niệm phải sửa đổi thói xấu, tu thành thói tốt.

Ngũ ấm là xiềng xích cột người ta. Vì bị tứ đại, ngũ ấm che phủ nên mình mới không thể giải thoát.

Nếu không biết hòa nhã, khiêm cung thì làm sao cứu người. Có lẽ tự mình cũng chẳng cứu được nữa là.

Các bạn làm những người đồng tu, đạo hữu thì nên khuyến khích lẫn nhau, cùng đi trên đường bồ đề. Không tổn hại lẫn nhau. Lúc nào mình cũng nên nói pháp cho nhau nghe. Miệng không nói lời phi lễ, thân không làm chuyện phi lễ.

Tu hành cần mình phải hồi quang phản chiếu (thâu hồi ánh sáng, chiếu ngược vào tâm). Không phải là phóng quang ra ngoài để kêu người khác nhận thức về mình.

Tu mà không tranh thì chẳng có ma. Tranh là ma tới liền.

Khi chọn bạn, mình phải chọn bạn tốt, bạn có ích lợi. Không nên chọn bạn xấu rồi cùng nhau làm việc tệ hại, rồi sau này đôi bên đều cùng phải đọa lạc.

Chưa tu thành thì hào quang còn non lắm. Hào quang như vậy thì còn yếu ớt, chẳng thể kháng cự lại sóng gió bão táp. Khi hào quang viên mãn, không thiếu không dư, thì lúc đó mới phóng quang. Hiện tại là giai đoạn tu hành, bạn chớ phóng quang.

Lúc đang làm người không chịu tu cho tốt. Đến lúc làm trâu dê heo ngựa thì có muốn tu cũng chẳng còn cơ hội. Lúc ấy bạn quỳ tại cửa chàng đồ tể khóc lóc năn nỉ: Xin ngài từ bi, đừng giết mạng con! Chàng đồ tể vẫn cứ giết chẳng tha. Do đó chỉ cần mình nghe tiếng rên siết thê thảm ở nhà đồ tể là sẽ hiểu nguyên nhân của tai kiếp, chiến tranh từ đâu mà ra.

Khi tu thì không nên tùy tiện nói bậy. Nếu không thì sẽ bị quả báo câm ngọng.

Địa chấn (động đất) có thể gọi là nhân chấn (động người) vì đất và người thì thông nhau. Khi nhân chấn thì địa chấn. Nếu nhân không chấn thì địa cũng không chấn. Bạn vui vẻ thì địa chấn, bạn nổi giận thì địa cũng chấn. Bạn có bi ai, buồn lo, sợ hãi, yêu ghét, thì đều sinh địa chấn. Khi có dục vọng, tình ái thì địa chấn càng lớn. Bên trong động nên bên ngoài mới động. Có địa chấn bên trong thì mới có địa chấn bên ngoài. Chúng có quan hệ liên đới. Bạn trồng nhân gây động đất bên trong nên mới có động đất bên ngoài. Khi trồng nhân thì mình không sợ, lúc nó kết thành quả thì mình mới sợ chết luôn.

Tu hành phải cần chăm chỉ cần khổ.

Phương pháp dụng công là phải niệm niệm hồi quang phản chiếu. Không phải là niệm chú gì đâu, chỉ cần mình đi đứng nằm ngồi không rời **nhà**, không chạy ra ngoài truy đuổi. Cũng không phải tìm kiếm nơi sách vở. Cần chú ý tới cái không. Nếu bạn chân chính thể hội thì chuyện gì bạn cũng không tham lam. Bởi vì tự bạn xưa nay vốn đầy đủ. Cái không này tức là *chân không*. Từ trong nó phát sinh ra *diệu hữu*. Vì thế: Không làm các việc ác (là chân không), làm hết các việc thiện (là diệu hữu). Giới luật là khuôn phép để người tu nương theo mà tu hành. Khi đạt tới "không" thì tất cả nghiệp chướng đều không, cũng chẳng có tội, chẳng có phước.

Ma từ bốn phương tám hướng lại thử thách người tu. Nếu ai cứ luẩn quẩn trong vòng thị phi, nhân ngã, vui buồn, yêu ghét mà dụng công thì ma sẽ thừa cơ, nương chỗ sơ hở đó mà chui vào.

Muốn sinh Cực Lạc thì phải thu nhiếp quét sạch mọi tình cảm.

Vì sao thế giới có chiến tranh? Khi người ta bắt đầu ăn thịt thì chiến tranh cũng bắt đầu. Ăn thịt cũng chính là ăn người.

Kẻ thấy lỗi lầm của ta, kẻ ấy là thầy ta. Những ai có thể nói ra thói hư tật xấu của bạn, người ấy là vị thiện tri thức. Bạn nên cám ơn người ấy, đừng nên nhìn họ như thù địch.

Người mê thì tin phong thủy, người trí tin tâm thủy. Tất cả đều do tâm tạo thành.

Người đời cho rằng học thì ở nơi chỗ rộng (như núi), nào hay rằng học ở ngay chỗ nhỏ xíu (tâm mình) này đây. Nếu ai có đức hạnh thì phong thủy tự nhiên tốt bởi vì tâm họ tốt.

Người trí thì nhìn suốt tới cái lý của sự việc, không bị ngăn trệ bởi bề ngoài của sự việc. Người ngu chỉ nhìn thấy tướng trạng bên ngoài của sự việc, chẳng thấy suốt được chân lý bên trong của mọi chuyện.

Nếu ai muốn biết chư Phật trong ba đời, hãy quán bản tánh của pháp giới: Tất cả đều do tâm tạo.

Muốn có trí huệ, trước hết đừng chửi bới

người ta, cũng đừng đánh đập, giết chóc, tổn hại kẻ khác.

Mình phải lập công với đời, làm lợi cho người. Nếu chỉ toàn là tính toán lợi ích cho mình, lo cho mình được sung sướng, thì đó nào phải là ý nghĩa của việc làm người.

Tôi biết được điều gì? Tôi biết thế nào là chịu thua thiệt, không chiếm tiện nghi. Nếu bạn thật sự hiểu rõ thì bạn sẽ biết rằng: Chịu thua thiệt chính là được tiện nghi (thắng thế), mà chiếm tiện nghi (giành hơn, giành thắng) chính là bị thua thiệt.

Không phải dễ sửa những lỗi lầm tật xấu nho nhỏ đâu. Nếu bạn sửa đổi được chúng thì bạn sẽ có định lực.

Người đời xem chuyện phát tài là vui sướng nhất. Có tiền rồi lại phải dùng óc não tính toán làm sao giữ gìn nó để nó không mất, không hết. Cứ cho rằng tiền là thật của mình, nên ngày ngày lo lắng. Song le, bất luận tiền nhiều hay ít, chết rồi chẳng đem được một xu. Thế rồi lại hai tay trắng! Bạn xem nó có vui sướng gì?

Chúng ta ai cũng bị nghiệp dắt dẫn, rằng: Thân không tự chủ. Mình sinh vào đời này chính là để trả nợ. Bởi vì xưa kia tạo nghiệp không giống nhau, nên đời này chịu quả báo khác nhau. Đó là: Lưới nghiệp đan kết.

Làm việc quỷ thì tức là quỷ. Làm việc người thì là người. Làm việc Phật thì là Phật.

Bây giờ mình được nghe mấy chữ chú Đại Bi thì nên sinh lòng hoan hỉ, rằng thật may mắn, thật hân hạnh, thật khó gặp được chú Đại Bi. Thật vậy, rất khó mà bạn có thể gặp được chú Đại Bi. Nay gặp được chú rồi, bạn nên nhớ, đừng coi thường nó rồi vất qua một bên.

Người học Phật phải bỏ ít thời gian ra học tập Phật pháp, không nên hiểu mường tượng chẳng rõ ràng, tợ hồ biết nhưng lại không biết. Có người nghĩ rằng: Tôi đã không biết, do đó tôi không cần muốn biết. Tôi đã không thông đạt, do đó cứ không thông đạt luôn. Đó là thái độ tự mình đầu hàng, không chịu bước chân tới trước, tự vất bỏ tiền đồ của chính mình.

Người mới phát tâm tu hành, cái chướng ngại lớn nhất cho việc dụng công là: Tâm dâm dục, con trai tham luyến con gái, con gái tham luyến con trai. Đây là vấn đề căn bản nhất.

Giảng kinh là tu huệ; tọa thiền là tu định; Không mở miệng nói lăng nhăng là tu giới.

Làm người trên đời mình phải hành thiện cho đúng lúc, cho kịp thời. Còn một chút hơi thở, một chút sức lực, mình phải hành thiện, tích đức, không nên phung phí căn lành mình đã trồng trong kiếp trước, bằng cách đời này cứ việc hưởng thụ cho hết những phước báo ấy.

Người tu mà sợ cô độc thì chẳng thể tu.

Trong tâm ta, tuyệt đối không được có quỷ. Cũng đừng có sân hận, oán ghét, buồn bực, khó chịu. Khi có những thứ ấy thì không xong, bởi vì có chúng tức là quỷ vào nhà rồi vậy.

Làm bậc thiện tri thức, bạn không được nịnh hót người ta, không được tìm cách làm vui lòng người ta, khiến người bạn của mình mê mờ chân lý mà cũng chẳng hay biết.

Quỷ vương chuyên môn nóng giận, không giữ quy củ. Quan Âm Bồ Tát chuyên môn chịu bị hà hiếp, luôn giữ quy củ.

Bạn suy nghĩ những việc không có giá trị, thì tương lai sẽ gặt những quả báo không có giá trị. Mọi thứ ẩm thực đều chỉ có một mùi vị. Cứ nghĩ về chuyện ăn uống thì tâm sẽ buông lung, không thể kiềm thúc được sáu căn.

Nếu vũ trụ đầy tràn khí kiết tường thì địa cầu sẽ không vỡ tung.

Các bạn chú ý: Phàm là cảnh giới từ bên ngoài tới, mình đừng chú ý vào nó, đừng can thiệp tới nó, cứ để tự nhiên, nhưng đừng để nó lay động tâm mình. Trong Kinh Lăng Nghiêm có giảng rất rõ ràng, hy vọng các bạn tham thiền nghiên cứu tường tận phần giảng về 50 Ấm Ma.

Buồn một chút: Là mình dạo chơi địa ngục. Cười một cái: Là già biến thành trẻ. Khóc một hơi: Thì địa ngục có một phòng nhỏ thật đen thui.

Việc quan trọng đối với người tu là đừng sinh phiền não, ở bất kỳ tình huống nào cũng vậy. Ngồi cũng không sinh phiền não; nằm cũng không sinh phiền não. Cốt yếu là phải đoạn phiền não. Rằng: Phiền não vô tận, thề nguyện biến; biến phiền não thành bồ đề. Phiền não tức là không giác ngộ. Bồ đề tức là giác ngộ.

Chú Đại Bi tức là đại chú của tâm đại bi. Nó có thể thông thiên triệt địa. Nếu bạn có thể mỗi ngày trì tụng 108 biến, liên tục trong suốt ba năm, thì sau đó bạn có thể dùng chú Đại Bi để trị bịnh. Lúc ấy, tay tới là bịnh trừ. Tôi biết nói về công hiệu của chú Đại Bi. Hy vọng các bạn mỗi người dùng sức mạnh của chú Đại Bi để vãng cứu hạo kiếp (tai ương, đại nạn) của thế giới, khiến cho người ta vĩnh viễn không còn tai nạn, và chánh pháp vĩnh viễn ở mãi trong thế gian.

Thánh nhân ngày xưa thì luôn tự trách phạt chính mình. Không như người đời nay, chuyện gì cũng chẳng bao giờ nhận là mình sai, cứ luôn tìm lỗi lầm của kẻ khác.

Chúng ta mỗi ngày phải bớt nói một chút, để niệm Phật nhiều hơn một chút. Đánh chết ý niệm trong tâm thì Pháp thân mới sống đặng. Bớt nói chuyện, niệm Phật nhiều: chuyện thật dễ như trở bàn tay.

Người tu thì phải *làm ngược trở lại*. Đó là nghĩa làm sao? Tức là: *Chuyện tốt thì nhường kẻ khác, chuyện xấu thì gánh vào mình*. Xả bỏ cái ngã nhỏ bé để hoàn thành cái ngã (Phật tánh) vĩ đại.

Muốn học tốt thì oan nghiệt tìm; muốn thành Phật thì phải gặp ma. Nếu không muốn học đạo giỏi, thì oan nghiệt không tới tìm bạn đâu. Càng muốn học giỏi thì oan nghiệt càng tới tìm bạn, vì nó muốn thanh toán hết mấy món nợ cũ.

Năm mới vui vẻ! Chúng ta cần mỗi năm đều vui vẻ, mỗi tháng đều vui vẻ, mỗi ngày đều vui vẻ, mỗi giờ đều vui vẻ. Chớ sinh phiền não thì mới là *vun bồi miếng đất trong tâm, hàm dưỡng khoảng trời nơi tự tánh*.

Các bạn là người tu thì phải chân thật, bước từng bước chắc thật, niệm niệm không để lãng phí, niệm niệm đều hướng tới đường đạo dấn bước. Làm được như vậy thì bạn mới chân chính là người học Phật.

Việc tu đạo có thể làm tăng trưởng trí huệ, tăng trưởng tâm bồ đề, tăng trưởng nguyện lực. Mọi thứ, chuyện gì cũng tăng trưởng.

Ngày ngày bạn không nên quên lãng con quỷ Vô Thường không biết bao giờ sẽ tới mời bạn đi.

Thời mạt Pháp là thời mà ma mạnh, pháp yếu. Thế lực của ma vương ngày càng lớn mạnh. Thế lực của đức Phật ngày càng thâu nhỏ. Đối với Phật thì không phải nói về thế lực mà là oai đức mới đúng. Khi chúng sinh có phước báo lớn thì pháp mạnh, ma yếu. Khi chúng sinh phước báo ít thì ma mạnh, pháp yếu.

Nếu người xuất gia tham đồ cúng dường, ham ăn ham mặc, thì còn chánh pháp gì để nói?

Chuyên nhất thì linh cảm, phân tâm thì bế tắc. Làm sao chuyên nhất? Tất định phải đoạn dục, bỏ ái. Nếu không cắt bỏ ái dục thì người xuất gia tu tám vạn bốn ngàn đại kiếp cũng không thể thành tựu. Do đó điểm này rất trọng yếu.

Bạn không có tâm tham thì mới buông xả đặng. Có buông xả thì bạn mới tự tại, rồi sau đó mới có thể giác ngộ, khai đại viên giác.

Người tu đạo chúng ta phải từ có mà hóa ra không, phản bổn hoàn nguyên. Quay về lại với bản hữu Phật tánh của mình.

Giải thoát tức là bạn tốt nghiệp nơi vòng giới luật. Cũng là tốt nghiệp trong vòng quy củ. Cũng là tốt nghiệp khỏi vòng phiền não. Cũng là tốt nghiệp khỏi vòng vô minh.

Bản thể của Pháp là không, do đó bạn không nên chấp trước vào pháp. Nên nếu bạn đối với pháp mà không thể nhìn suốt, rồi buông bỏ thì bạn vẫn chưa được tự tại.

"Nếu chỉ sống để mà ăn, hưởng thụ rồi lại chờ chết thì sống cũng như chết vậy sống để làm gì?

Nếu sống mà cứ như "cục thịt" biết đi chẳng biết tu hành, bồi đắp cho tâm linh, giúp đỡ chúng sanh ... thì cuộc sống này chẳng có ý nghĩa gì cả.

Phần V
Trích dẫn khóa tụng niệm đơn giản nhất tại nhà

- **<u>Khóa sáng:</u>**

Đánh răng, rửa mặt, chải tóc, quần áo tươm tất. Chắp tay:

Nam mô Thập Phương thường trụ Tam Bảo (Lạy một lạy)

Nam mô Bổn Sư Thích Ca Mâu Ni Phật ((Lạy một lạy)

Nam Mô Tây Phương Cực Lạc Thế Giới Đại Từ Đại Bi A Di Đà Phật (Lạy 1 lạy)

Đọc bài kệ:

Mười Phương tam thế Phật

Phật Di Đà bậc nhất

Chín phẩm độ chúng sanh

Oai đức không cùng cực,

Con quy y sâu xa

Sám hối tội ba nghiệp

Có bao nhiêu phước thiện

Dốc lòng hồi hướng cả

Nguyện người cùng niệm Phật

Tùy thời cảm ứng hiện

Lúc, chết cảnh Tây Phương

Hiện rành rành trước mặt

Thấy, nghe đều tinh tấn,

Cùng sanh cõi Cực Lạc

Gặp Phật hết sanh tử

Như Phật độ tất cả

Xong, ngồi xuống niệm Phật, niệm sáu chữ hay 4 chữ tùy ý, niệm 108 câu hoặc, 1080 câu... Xong thì xá 3 xá hoặc lạy 3 lạy rồi lùi ra.

- **Khóa tối:**

Đánh răng, rửa mặt, chải tóc, quần áo tươm tất. Chắp tay:

Nam Mô Tây Phương Cực Lạc thế Giới Đại Từ Đại Bi A Di Đà Phật (Lạy 1 lạy)

Ngồi xuống niệm Phật 108 câu, 1080 câu...

- **Kết thúc thời khóa**

Nam Mô Tây Phương Cực Lạc Thế Giới Đại Từ Đại Bi A Di Đà Phật (Lạy 1 lạy)

Nam Mô Đại Từ Đại Bi Quán Thế Âm Bồ Tát (Lạy một lạy)

Nam Mô Đại Thế Chí Bồ Tát (Lạy một lạy)

Nam Mô Đại nguyện Địa Tạng Vương Bồ Tát (Lạy một lạy)

Nam Mô Thanh Tịnh Đại Hải Chúng Bồ Tát (Lạy một lạy)

Đọc bài kệ:

Con nguyện đem công đức này

Hồi hướng về Tây Phương

Trang Nghiêm Phật Tịnh Độ

Trên đền bốn ơn nặng

Dưới cứu khổ ba đường

Nếu có ai thấy nghe

đều phát lòng Bồ Đề

Hết một báo thân này

Sanh qua cõi Cực Lạc.

Xong thì xá 3 xá hoặc lạy 3 lạy rồi lùi ra.

Mọi công đức ấn tống sách này, con xin chân thành hồi hướng đến toàn thể chúng sanh trong 10 phương pháp giới, nguyện cầu tất cả chúng sanh đều bỏ ác, làm lành, có được nhân duyên gặp được Phật Pháp, phát tâm niệm Phật, ăn chay và cầu sanh về Tây Phương Cực Lạc.

Mong tất cả chúng sanh đều tin theo lời Phật dạy, để giúp đỡ tất cả những người thân của mình, cũng như bạn bè... lúc lâm chung có được cơ hội vãng sanh về Tây Phương.

Tây Phương Cực Lạc là Nhà
Ta Bà quán trọ, sống qua tháng ngày
Tỉnh mộng đừng để mình say!
Kẻo không còn kịp cơ may về nhà.
Cha Mi Đà thương! Con ở đây (Sa Bà)
Tuy thân xác con sống trong lầy
Nhưng tâm con luôn nhớ Cha nơi ấy (Cực Lạc)
Mong đợi con về, vui lắm thay!

Nam mô A Di Đà Phật

Liên lạc Nhà xuất bản
Nhân Ảnh
han.le3359@gmail.com
(408) 722-5626

www.ingramcontent.com/pod-product-compliance
Lightning Source LLC
Chambersburg PA
CBHW030104100526
44591CB00008B/260